This Composition Notebook Belongs To:

Date: ______________________

Date:

Date: ______________________

Date:

Date: ______________________

Date:

Date: ______________________

Date:

Date: ____________________

Date:

Date: ____________________

Date:

Date: ____________________

Date:

Date:

Date:

Date: ____________________

Date:

Date: ____________________

Date:

Date: ______________________

Date:

Date: ______________________

Date:

Date:

Date:

Date: ______________________

Date:

Date: ______________________

Date:

Date: ______________________

Date: ____________________

Date:

Date:

Date:

Date:

Date:

Date:

Date: ______________________

Date:

Date: ______________________

Date:

Date: ___________________________

Date:

Date: ____________________

Date:

Date: ______________________

Date:

Date:

Date: ______________________

Date: ___________________

Date:

Date: ____________________

Date:

Date: ____________________

Date:

Date: ____________________

Date:

Date: ______________________

Date:

Date: ______________________

Date:

Date: ______________________

Date:

Date: ____________________

Date:

Date: ______________________

Date:

Date: ______________________

Date:

Date: ____________________

Date:

Date: ____________________

Date:

Date: ____________________

Date:

Date: ___________________

Date:

Date: ______________________

Date:

Date: ____________________

Date:

Date: ____________________

Date:

Date: ______________________

Date:

Date: ____________________

Date:

Date: ______________________

Date:

Date: ___________________

Date:

Date: ____________________

Date:

Date: ____________________

Date:

Date: ______________________

Date:

Date: ____________________

Made in United States
Orlando, FL
08 May 2023